கீறல் விழுந்த இதயம்

AF759063

ரெ.அருண்மொழி

புக் வெஞ்சர்ஸ்

கீறல் விழுந்த இதயம்
ஆசிரியர் © ரெ.அருண்மொழி
முதற்பதிப்பு 2021
பக்கங்கள் 83

Published by Book Benchers 2021

ISBN 978-93-5533-229-5

ThebookBenchers@gmail.com
Contact 9944992571

Affliateded By
Aelay Publish
www.aelaypublish.com

புத்தகத்தின் கருத்து

நம் அன்றாட வாழ்வில் நாம் பல துன்பங்களை கண்டிருப்போம் அவற்றை கடந்தும் வந்திருப்போம். வாழ்வில் வெற்றிகள்பல கண்டிருந்தாலும் அதை அடையும் முன் எதுவும் நமக்கு எளிதாக அமைவதில்லை. வலிகள் இன்றி வாழ்க்கையில் வழிகளும் இல்லை. இது நாம் அறிந்தவையே. இருந்தும் சில வேளைகளில் நாம் கண்ட வலிகள் மிகுந்த வேதனை கொடுக்கும்; இரணமாக மீண்டும் மீண்டும் மனதில் உதித்துக் கொண்டிருக்கும்.

நீங்கா நினைவாய் நம்மை வருத்திய பல வேதனையான தருணங்களை எளிதில் நம்மால் அழித்துவிட முடியாது. உளி படா கல்லும் வலி அற்ற வாழ்வும் எளிதில் செம்மை அடையாது. அவ்வேதனையால் நீ சிந்தும் கண்ணீர் காணாமல் போவது போல உன் காயங்களும் ஒரு நாள் கறைந்து போகும். கண்ணீர் நிறம் அற்றதனால் தான் என்னவோ பலருக்கும் அந்த கண்ணீரின் பின் இருக்கும் வலிகளின் ஆழம் புலப்படவில்லை போலும். வேதனைகள் பல கண்ட நொறுங்கிப்போன இதயங்கள், தங்களின் வலிகளையும் நம்மை சுற்றியுள்ள பிற உயிர்களின் வலிகளையும் கருவாகக் கொண்டு; கண்ணீரை மையாகக் கொண்டு, கவிதைகளை எழுதியுள்ளனர். அவற்றினை இப்புத்தகத்தில் காணலாம். இதில் சில வலிகளை நீங்களும் அனுபவித்து இருந்திருப்பீர்கள். அவ்வலிகளை நினைத்து தினம் நோகாமல் அவை கற்றுத்தந்த பாடத்தை வாழ்க்கைப் பாடமாக கருதி வாழ்வில் வெற்றி காணுங்கள்.

இளம் எழுத்தாளரான இவரது பெயர் ரெ.அருண்மொழி நாச்சியார், சிவகங்கை மாவட்டத்தை சேர்ந்தவர். பொறியியல் பட்டதாரியான இவர் தமிழ் மொழி மீது மிகுந்த பற்று கொண்டவர். தற்கால கவிதை எழுதுவதில் ஆர்வம் மிக்கவர். பல கவிதை திரட்டுகளில் கவிதைகள் எழுதியுள்ளார். மேலும் கவிதை போட்டிகளில் கலந்து பல பரிசுகள் பெற்றுள்ளார்.

கனவல்ல நிஜம்தான்

கனவாகவே இருக்குமென
கண் விழித்தேன் விழிநீருடன்,
மனதின் படபடப்பு கூட..,
நினைவுகள் பல கண்முன் ஓட.,
வலியோடு நான் அவளுக்காக
காத்திருந்த தருணம்,
வந்து சேர்ந்தது அவளின்
கடைசி குறுஞ்செய்தி ஒன்று!
வாசித்தமனமோ உணர்ந்து கொண்டிருந்தது
உடைந்த இதயத்தின் வலியை!

- அருண்மொழி நாச்சியார்

ஒரு தலை காதல்

அவளின் ஒற்றைப் பார்வையை
காதல் அறிகுறியாக எண்ணி,
காலந்தோறும் அவளுக்காக வாழ்ந்தவன்
இன்று மூழ்கிக்கொண்டிருக்கிறான்
கண்ணீர் சமுத்திரத்தில், கரை சேர மனமின்றி!
அவனை போலவே துடித்துப்போனது.,
அவள் நிராகரித்து போன
சிவப்பு ரோசா பூவும்!

- அருண்மொழி நாச்சியார்

சிதறிய இதயம்

ஆபத்தான வலிகள் பல தாங்கியவன் நான்.
அன்பெனும் அம்புகள் என்னைத் தொடர்ந்து தாக்க,
தளராமல் எழுந்த நேரத்தில் சற்றே சரிந்தேன்.,
துரோகம் எனும் நஞ்சு தோய்த்த அவ்வம்புகளால்.,
சரிந்தது என் இதயம்! சிதறியது சுக்குநூறாய் !

- அருண்மொழி நாச்சியார்

தொடரும் முன் முடிந்த பயணம்.

எந்தன் வடிவம் முழுமை அடையும் முன்னே,
முழு உடலில் இரத்தம் பாயும் முன்னே,
கண் விழித்து நான் பார்க்கும் முன்னே,
முல்லை மொட்டென விரல்கள் முளைக்கு முன்னே,
முடிவுக்கு வந்தது என் பயணம்.
கருவாகி உடல் உருவாகும் என்பார்,
கருவான நான் கரியாகிக் கரைந்தேன் கருவறையில்.
கருவறையும் கல் அறை தானோ?
நான் கொண்ட வலியை, என் தாய்கூட அறியவில்லையே!
உயிரணுவென நான் சற்றே வளர,
திடீரென முடிக்கப்பெற்றேன்! முற்றுப்புள்ளியாய்.
ஆறுதலாக அள்ளி அணைத்தாள் மரணதேவதை!
அரைகுறை வளர்ச்சியுடன் நானும் அமைதியாய்
உறங்கிப்போனேன்! அவளின் மடியில்.

- அருண்மொழி நாச்சியார்

திராணியற்ற என் தோழி

சிறு கூட்டில் பிறந்த சிட்டு குருவியை போல,
இவளோ சிற்றூரில் பிறந்து வாழ்ந்து வந்தாள் !
அன்பின் சுடராக அன்றாடம் பிரகாசித்தவளோ,
இங்கு அன்னையின் இறப்பில் அனைந்து போனாள் !
திராணியற்ற படகோட்டிக்கு கரைசேர உதவும் காற்றைப் போல,
தந்தையின் பிடியில் கல்வி கரை சேர்ந்தாள் !
இந்த தாயில்லா பெண்ணோ பள்ளியில் பணிபுரிய,
இங்கே தாயானாள் பயிலும் மழலைகளுக்கு !
பச்சை மரத்தில் இடி விழுந்தது போல, இவளின்
பிஞ்சு நெஞ்சத்தில் அடி விழுந்தது தந்தையின் இறப்பில்!
அவளுக்கு அனைத்தையும் பார்த்து பார்த்து செய்தவருக்கு,
இவள் நினைத்ததை செய்ய முடியாமல் போனதே !
முற்றத்தில் நிற்கும் அச்சாணி இல்லாத தேர் போல,
சுற்றத்தில் பலர் இருந்தும் தனிமையையே உணர்கிறாள்!

- இவன் ஜான்போஸ்கோ

கருவில் இறந்த குழந்தை

இரு நெஞ்சங்களின் ஊடலில் தொடங்கி,
இந்த பிஞ்சு நெஞ்சமோ உருவானேன் !
தோட்டத்து செடிகள் உணவு கொடுப்பது போல,
எனக்கு தொப்புள்கொடியில் ஊட்டச்சத்தை கொடுத்தாள் !
கை தவறி விழுந்த முட்டையோ சீர்குலைவதை போல,
என் தாயோ கடைதெருவில் விழ
மூச்சுவிட முடியாமல் சிதைவடைந்தேன் !
உடலின் வலியை மறைத்து உருகொடுத்தவளுக்கு
உதிரத்தின் வழியிலும் மடிந்து போகிறேனே !
அடி மடியில் பாதுகாத்து வளர்த்த என்னை,
அவள் மடியில் பார்க்க வாய்ப்பில்லாமல் போனதே !

- இவன்ஜான்போஸ்கோ

படைத்தென்ன லாபம்
படைத்ததே இங்கு சாபம்!

பூந்தோட்டத்து மலராய் பிறந்த பெண் ஒருத்தி,
இங்கு பூப்பெய்தலில் மனம் இழந்து வாடுகிறாள் !
மாதந்தோறும் ஊர் தெருவில் எதாவதொரு தேரோட்டம்,
ஆனால் மாதவிடாயால் அவள் வயிற்றில்
என்றென்றும் போராட்டம் !
எந்த நேரத்திலும் அன்பொழுக அவள் அனுசரித்தும்,
அவளை, அந்த நேரத்தில் அரவணைக்க ஆள் இல்லையே!
அங்கே உடைந்த குவளையில் மீனோ தவிக்கிறது,
இங்கே உதிரத்தின் வலியில் அவளோ துடிக்கிறாள் !
தீயில் நெகிழிகளின் மேனி கருகுவது போல்,
தீண்டாமையால் இவள் கூனிக்குறுகினாள்!
படைத்தவனே ஏன் இந்த சாபம் என்று,
பகை முகத்தோடு உயிர்வலியை
உறிஞ்சு துணியிலே மறைக்கிறாள்.

- இவன் ஜான்போஸ்கோ

ஐந்தறிவின் சாவுக்கு ஐம்பூதங்களே சாட்சி

கோழிகளின் வேதனை ; அடைகாத்து முட்டையை கொடுத்தேன்,
என்னை வெட்டி அடுப்பங்கரையில் வாட்டுவது நியாயமா?
மீன்களின் வேதனை ; கிடைத்ததை உண்டு குடும்பமாய் வாழ்ந்தேன்,
என்னை பிடித்து குடுவை தண்ணீரில் தனியாய் விடுவது நியாயமா?
ஆடுகளின் வேதனை ; தோட்டத்து அருகம்புல்லை மேய்ந்து திரிந்தேன்,
என்தோலையே ஆடையாய் அணிவது நியாயமா?

மாடுகளின் வேதனை ; இயன்றவரை கையிலே பாலை கொடுத்தேன்,
நான் ஈன்றவனை இறைச்சிக்கு கொடுப்பது நியாயமா?

யானைகளின் வேதனை ; தாவரங்களை உட்கொண்டு வலம் வந்தேன்,
தந்தத்தை எடுக்க என்னையே கொல்வது நியாயமா?

பறவைகளின் வேதனை ; வானிலே சுதந்திரமாய் பறந்தேன்,
என்னை வாணலியில் சுட்டு திண்பது நியாயமா?

- இவன் ஜான்போஸ்கோ

இன்றைய விவசாயத்தின் நிலை

அழகான வளர்பிறையில் பயிரான உன்னை, வெள்ளத்தில்
அழுகிய நிலையில் பார்க்கையில் என் உயிரே
தாங்கலையே !
உயிரையே வியர்வையாய் சிந்தி உனை வளர்த்தும்,
குப்பைகளின் உள்ளே வீணாக போடுவதை சகித்து போக
முடியலையே!
பண்டமாற்று முறையில் பகிர்ந்த உன்னை,
இங்கே பரிணாம வளர்ச்சியோ பணத்தில் பாலாக்குதே !
ஏறு தழுவும் காளையை எட்டிப்பிடித்தும், இன்று
ஏர் பிடிக்க என் பிள்ளையை சேர்க்கையிலே செத்து
மடிகிறேனே !
ஆங்காங்கே வான்நோக்கி மரம் வளர்த்தும், என்
அன்றாட வாழ்க்கையை மேம்படுத்த முடியலையே !

- இவன் ஜான்போஸ்கோ

அவளை சிதைத்த அறுவை சிகிச்சை

அறுவடையில் பயிர்கள் களத்தை சேர்வது போல,
அறுவை சிகிச்சையில் பச்சிளம் கரத்தை சேர்கிறது !
பிரசவித்த மழலையோ சில நேரம் இவளின் மடியிலே
தூங்குகிறது,
பிரித்தெடுத்த வடுக்களோ பல நேரம் இவள் மடியினை
தாக்குகிறது !
மூங்கில் தண்டு வளைக்கும் போது உடைகிறது,
இவளோ முதுகுத் தண்டு வலிக்கும் போது உடைகிறாள்!

அன்று வலி தாங்க போட்டால் மரத்து போக திரவ ஊசி,
இன்று வயதாகியும் போடுகிறாள் தினமொரு ஊசி !

துடுப்பு வழியில் எங்கும் நீ சென்றாலும்,
இந்த இடுப்பு வலி எந்நாளும் குறையாதே

- இவன்ஜான்போஸ்கோ

கள்ளிச்செடி

கடந்து சென்ற இரு காதல் ஜோடிகளை பார்த்து,
கண்ணீர் வடித்தது..,
அவர்கள் பேர் எழுதிய கள்ளிசெடி ஒன்று,
என்னில் பெயர் எழுதிவிட்டு
தம் இதயத்திலிருந்து அழித்தனரே என்று!

- பரமேஷ்வர்

என்னவன் தந்த வலி

தோள் கொடுப்பதில் தோழன் அவன்
துவண்டு கிடக்கையில் காதலன் அவன்
துருவங்களை இணைப்பதில் கெட்டிகாரன் அவன்
பாசத்தில் பாயும் பாவலன் அவன்
தீரா காதல் கொண்டு நிற்கிறேன் அவன் மேல்
காரணமே இல்லாமல் விலகிச் சென்றான்
காயங்களை பரிசாக அளித்துவிட்டு!

- த. அருணா

சிதறிய நெஞ்சமிது

விடியாத நல் இரவு வேண்டும் எனக்கு
கலையாத கனவு வேண்டும் எனக்கு
அந்த கனவிலாவது வலிகள் அறியாதிருக்க வேண்டும்!
என் வாழ்வின் வலிகளை எடுத்துரைத்தால்;
பேனா முனையும் அருவியாய் கண்ணீர் சிந்துமே..
நான் எழுதுகோல் ஏந்தி கவியுலகிலே கவிபடைத்தேன்,
கேலியும் கிண்டலுமாய் என்னை சூழ்ந்தனர்,
எழுதிய எழுத்துக்களுக்கு வலிமையில்லாமல்
தினமும் தோற்றுப் போனேன்,
என் போன்ற முட்டாள் கவிஞனுக்கு
தோல்வியின் வலி கூட சுகம் தானே..!
வாழ்விலே எப்போதும் இனிமையென்றால்
சுவாரஸ்யமேது..?
நான் கண்ட இன்னல்களும் அவமானங்களுமே,
என்னை உளியாய் செதுக்கியதே!
துவண்டாலும் மீண்டெழுந்தென்; பல வெற்றியும் கண்டேன்,
வலிகளால் இதயத்தை சிதறியவர்கள் முன்னிலையிலே..!

- கவிஞர் பாரதிபாஸ்கி

வலியால் வளர்ந்த தேகம்

வாழ்க்கையில் "வழி" பிறக்கும்,என நினைத்தேன்.
வகைவகையாய் "வலி" நுழைந்ததுதான் மிச்சம் என்னுள்!!
பிறக்கும்போது தாய்க்கு வலி,
பள்ளி செல்கையில் கண்ணீர்துளி,
மிதிவண்டி பழகையில் அடிபட்ட காயவலி,
நெருங்கிய உறவுகள் உயிர்பிரிந்த வலி,
பட்டினி போதித்த பசி வலி
பட்டப்படிப்பு சோதித்த வேலையில்லா வலி,
பிடித்ததை வாங்கமுடியாத வலி,
யாருக்கும் எனை பிடிக்காத வலி,
வறுமை உணர்த்திய வாழ்க்கை வலி,
ஆண் மகனாய் பிறந்ததே இச்சமூகத்தில்
நான் பெற்ற அதிகபட்ச வலி.!
ஓ மரணமே நீயாவது என்னுள் வரும்பொழுது,
வலியில்லாமல் எனை பலிசெய்.
வலிகளால் வளர்ந்த இந்த வாலிபனின் உடலை!

- ஏழை மாணவன் உமர் ஃபரூக்

வலிகளில் கொடிது

பத்து மாதம் என்னை கருவில் சுமந்து
பாலூட்டி சீராட்டி என்னை வளர்த்து
பத்து பத்தா சேர்த்து வச்ச காச கரியாக்கி
கேட்ட தெல்லம் வாங்கி தந்து
பத்து பேரு நிமிர்ந்து பார்க்க ஆளாக்கி
பத்து காசு சம்பாதிச்சு நீ கேட்டதெல்லாம்
வாங்கி தர நா நெனச்ச வேளையில,
என் தாயிறந்த சேதி கேட்டு
என் மனம் பதறிருச்சே!
பல வழியில வர முயற்சி செய்தும்
கண்களில் கண்ணீர் சொரிவதை தவிர
என்னால் எதுவும் செய்ய முடியலியே அம்மா..!
இறைவா இவ்வலியும் வேதனையும்
என்னபோல வேறாருக்கும் கொடுத்துடாதே.

- ரம்யதர்ஷினி அமுதா

மழலையின் ஓலம்!

ஒரு நீண்ட ஒத்தையடி பாதையின் பயணத்தில்!
வெகு தொலைவில் கேட்ட ஓலம்!
நெருங்கிய தருணம் தான் தெரிந்தது,
களிமண்ணை கல்லாக்கிக் கொண்டிருந்த
பேதையின் பிள்ளை, பசியால் வாடிய அவலம்!
மன்றாடிய குரலில் மலழையின் அழுகையோ
அர்த்தம் சொன்னது! தாயே,
உன் கனத்த மார்பிலிருந்து கள்ளிபால் தான் சுறந்தால்
என்ன?
என் நித்திரை நிரந்தரமாக,
பசியையும் தீர்த்துவிடுவேன் ஒரே முறையில்!

- கண்மணி தமிழ் பாரதம்

கார்முகிலே! கேளொரு சேதி!

மிதந்து செல்லும் கார்முகிலே
என்னவளைக் கண்டாயோ?
நடந்துசெல்லும் மான், மயிலே
என்னவளிடம் செல்லாயோ?
கடந்து செல்லும் பூங்காற்றே,
அவளின் சுவாசம் தொட்டாயோ?
அவளோடு சேர்ந்திருந்த நிமிடங்கள்!
எப்பொழுதும் நீடிக்கும் அவளின் நினைவுகள்!
உறக்கம் மறந்த ஓராயிரம் இரவுகள்!
என்னுள் மட்டும் ரீங்காறமிடும் நினைவுகலாய்!
ஊர்வலம் போகும் உயிர்வதை ஏனோ!

- கண்மணி தமிழ் பாரதம்

அவளின் நினைவுகள்

கீறல் விழுந்த இதயத்தின் கண்ணீர்.,
கவிதைகளாக அவ்வப்போது சிந்திச் சிதறுகின்றன!
அவளைக் காணும் நொடிகளில்!
மறைத்து வைத்திருக்கும் நினைவுகள் மலர்ந்து,
உதிரும் நொடிகளில்!
அவளைச் சூழ்ந்திருக்கும் என் நிகழ் காலத்தை,
மீட்டெடுக்க முயலும் கணங்களெல்லாம்,
அவளே தோன்றி என்னை
மீண்டும் மீண்டும் கொள்கிறாள்! கொலைகாரி!

- கண்மணி தமிழ் பாரதம்

உறவாடும் நேரம்

மண்ணோடு மழை உறவாடிக் கொண்டிருந்த நேரம்!
ஏதோ காலடி சத்தம்கேட்க;
பலரின் பாதங்கள் அவர்களை நசுக்க!
பதிந்த பாதங்களிடம் பரிகாசம் செய்ய,
அவற்றோடு ஒட்டிக்கொண்டு இவர்களும்
ஊர்சுற்ற கிளம்பிய நேரம்;
படர்ந்திருந்த புல் வெளியில்
தேய்த்தெரிந்து செல்கின்றனரே! பாவிகள்!
கனத்த இதயத்தோடு காய்ந்து போகின்றன!
கண்ணீர்த் துளிகளின்றி, கதிரவனின் வருகையால்!

- கண்மணி தமிழ் பாரதம்

மனதிற்குள் மர்மமான நேசம் ஏனோ?

மறைமுகமாய் தொடர்ந்த காலடித் தடங்கள்!
நேசத்தை வெளிப்படுத்த தயக்கம்கொண்ட காலங்கள்!
காலம் கடந்த பின்னும் கரைவதேனோ?
மனதில் இன்னும் அதேமயக்கம் தானோ?
நெருடலான நினைவுகள் நெஞ்சில்
புதைந்திருக்க! ஒருசில நியாபகங்கள் மட்டும்,
இன்னும் மறையாமல் அவ்வப்போது,
ஊர்வலம் செல்கின்றதே! புதைந்த தன்
நண்பர்களைத் தேடி!

- கண்மணி தமிழ் பாரதம்

நான் கண்ட வலிகள்

காதல் சொல்ல ஓடிவந்தேன்,
உன்னையே நாடி வந்தேன்...
பொய்கள் சேர்த்து நீ கட்டிய காதல்
உணர்ந்த பின் என்னிதயத்தில் மோதல்...
கலங்கத் தெரியா கண்ணில் கலகம்,
நீதானடி எந்தன் உலகம்.
உண்மைத் தெரிந்து உதறிய பின்னே,
என்னிதயம் கதறிய வார்த்தைகள் எங்கே...?
சொல்லியழ நாதியில்லை
சிதறிவிட்டேன் கவிதைகளாய்,
என்னைத் தழுவும் நினைவுகளை
சொல்லி விட்டேன் அலைகளிடம்.
தாங்க முடியா பாரங்களை விட்டெறிந்தேன் தூரங்களாய்.
மீண்டும் உறுத்துது பெண்ணே உள்ளம்,
என்னிடமே ஏன் கள்ளம்...!
என்னைக் கொள்ளையிட்டாய் உறவே
நெஞ்சில் கொள்ளியிட்டாய் மறவேன்.
காதல் என்றால் இதுவோ?
என்னில் மாற்றம் செய்தது எதுவோ?
மதுவைத் தொட்டால் நானும் மதியிழந்து போவேன்,
மாதுவே உன்னால் நானும் கதியிழந்து போனேன்..
குற்றமில்லா உன்னை உதறிவிட்டு போனேன்,
நித்தம் உனை நினைத்து கதறி விட்டு போனேன்..
உயிராய் உன்னிடம் உறவாட எண்ணினேன்.,
இன்றோ என் வலிகளை விட்டு வெகுதூரம் போகிறேன்!

- இளங்கவி இரா சதீஷ்குமார்

எனை நானே இம்சிக்கிறேன்

ஓர் அடர்வனம்!
அதில் மருவிய சருகின் வாசம்!
மழை தூரலின் இசை!
தலைகீழ் வீழும் அருவி!
இமையில்லாமல் மூழ்கி துடுப்பிடும் ஓடம்!
வான் தொடு மலை நிலம்!
கரை மீறா அலை!
காதுரசும் தென்றல்! முடிவுறா பாதை!
அங்கு ஓர் மதி பிரண்ட "பித்தன்"!
அவனுள் காயம் கொண்ட ஓர் "பேசும் நினைவு"!
அப்பேசும் நினைவின் மொழியோ,
ஓர் "குழந்தையின்" அழுகை!
உலகம் சூழ்ந்து, அவன் உயிரின் சாயலில்
நிறைந்த "அவ்வழுகை" யையோ,
அந்த "நினைவின் மொழியையோ",
அந்த "குழந்தையின் அழுகையையோ"
திரும்ப பெற இயலாது!
அது நிதம் அவனை கொல்லும், காயப்படுத்தும்,
கோவப்படுத்தும், எரிச்சலூட்டும், முரண்படுத்தும்,
அதுவே அவனை நிலையாக்கும்!
அப்படி ஏதோ ஓர் காட்சியில் நிதம் என்னை
நான் தொலைப்பதில் தான் நான் நீள்கிறேன் ''நானாய்''!

- இவன் நான் அமரன்

என்னுள் ஓர் கேள்வி

எனக்கென சிதறிய சிறுதுளி !
அதை காத்திட சிறுமனே ஓர் வயிற்றறை,
அதில் உருவுற பெரு நொடி!
அதில் நொந்து, கடந்து, பார்த்த,
உணர்ந்த, கற்ற, மொழிந்த,
எண்ணங்கள் மனிதர்கள்!
ஒலி(ளி)கள் மொழிகள் !
அதை கடந்த சுற்றம்! அதில் புதைந்த குடும்பம்!
வயிற்றறை வரைந்த பெண்மை!
துளி சிதறிய ஆண்மை!
அதில் புகைந்த வெளி!
அதில் கடைகோடி வீசிய பிண்டம்!

இவையெல்லாம் ஏன்? என்னுள்!
அது மட்டுமே நிதம் எனை இம்சிக்கிறது.
அதன் இயைபு கடந்து, என்னால் மீள முடியவில்லை!
வீசிய பிண்டமின்று ஆளாக நேர!
பிண்டம் கற்ற வெறுமை, ஏக்கம், கோவம்,
பற்று, காதல், வலி, சோகம், அவையெல்லாம்
பிண்டத்தை வழிநடத்த, "துறவாகி"
எதன் மேலும் பற்றற்று போனது என் இயல்.

திடீரென உணரா, உணர்ந்தும்
நீளா கருணையும் அன்பும்!
எனை அதன் மேல் "என் வெறுப்பை தான் கூட்டுகிறது"
தவிர அதன் மென்மையை உணர்தவில்லை!
ஒருவேளை அந்த பெண்மையும்! ஆண்மையும்!
உணராத உணர்வை, என்னுள் "எனை தத்தெடுத்த தனிமை"
உணர்த்திருக்கலாம்!

வாழும்போதே, புகைப்படத்தில், நிழல் படமாய்
நினைவுகளில் வாழ்வது "நானாக" தான் இருக்கமுடியும்!
அதில் தான் "நான்அமரன்"!!!
ஒருவேளை இந்த வரிகளில் முதல் மூன்று பத்திகள்

வடிவுறாது போயிருந்தால்? என்ற கேள்வி - இன்று
நான் கண்பதித்த ஓர் குடும்பத்தின் பாசத்தில்
கண்ணில் சிறுதுளி எனை அறியாமலே.,
ஒற்றை கேள்வியில் எதையோ உணர்ந்தவனாய் நகர்ந்தேன்!
கேள்வி மட்டுமே விடையாய் கொண்டு !

- இவன் நான் அமரன்

தவறிப்பிறந்த விந்துக்கள்

இரைப்பையை கொடுத்து
இறப்பை கொடுக்கிறான்
நித்தம் - இறைவன்
இரைப்பையை கொடுத்து
இறப்பை கொடுக்கிறான்!

எஞ்சிய பருக்கைச் சோற்றுக்கு,
எஞ்சிய பிஞ்சுகளின் – கருவில்
எஞ்சிய பிஞ்சுகளின் ஏக்கங்கள் ஏராளம்.
பார்க்கும் பார்வைக்கெல்லாம் அது ஏளனம்!

வித விதமாய் இலை போட்டு
வகை வகையாய் சாப்பாடு
பந்தியில் முந்திப் போகயில்!
மதிகெட்டு போராட்டம் நித்தம்
தெருநாய்களோடு குப்பைத் தொட்டியில்!

வீசி எறியப்பட்ட காகிதமெல்லாம்
வானில் பட்டமாக.,
தூக்கி எறியப்பட்ட மழலைகளெல்லாம்
அண்ணா சாலைகளில் அனாதையாக!

பருக்கைச் சோறுமில்ல
பஞ்சு மெத்தையுமில்ல
அவனுறங்கும் வேளையிலே
மரணக் குழியும் மரகத படுக்கை தானே!
அவர்களுக்கு மரணப் படுக்கையும்
மரகதப் படுக்கைத் தானே!

தேகம் வீசி எறியப்பட்ட போதும்
எறிக்கப்படும் போதும் அனாதையாகவே...!!

இரு தேகம் நடத்திய கபட நாடகத்தில்
சந்திப்பிழை அல்ல இவர்கள்
சந்ததிப்பிழை!

ஓர் அனாதையின் பயணம் அனாதையாகவே...!!

- இவண் கவிதையாளன் பா. மோகன்தாஸ்

பெண்ணா நீ?

இதயத்தில் கீறல் கேட்டிருப்போம்!
ஆனால் இதயமே கீறினால்?
ஆம் என் இதயத்தை எல்லோரும்
கல்லாலான இதயமென்பார்கள்! காரணம்!
கற்கள்உள்ளில்லை!
மனிதர்கள் உணர்வில்லா கற்கலானதின் விளைவுதான்!
பெண் பெண் பெண்!! எங்கு பார்த்தாலும் பெண்ணடிமை!
ஒரு கூச்சல் சத்தம்!
பெண்ணா நீ? மரியாதை எதிர்ப்பார்க்காதே!
பெண்ணா நீ? வரட்டு கர்வம் காட்டாதே!
பெண்ணா நீ? தலை நிமிர்ந்து பார்க்காதே!
பெண்ணா நீ? துள்ளி குதிக்காதே!
பெண்ணா நீ? அடுப்பங்கரையை விலகாதே!
பெண்ணா நீ? அன்னிய ஆண்களிடம் பேசாதே!
இவ்வாறு தினம் தினம் அனுபவிக்கும் கொடுமையை
ஆண் செய்தால் கூட மனது பொறுத்துக் கொள்ளும்!
ஆனால்!!!! இதனை சொல்வதே பெண்குலம் தானே!

- ஹுசைனா.ஸா

வலியின் பயணம்

வற்றிய வயிறு என் தாய்க்கு.
வஞ்சியோர் பேச்சுக்கு வாடா மலர் அவள்
கடன் வாங்கி கடமை செய்த தந்தை
கடன் சுமையால் விட்டு சென்றார்.,
கால் டம்பலர் கஞ்சியில் நான்கு பிள்ளை பசி போக்கினாள்.,
வலியிலும் பூக்கும் பூ, அவள் புன்னகை.,
நாலு வீடு சென்று பத்துப்பாத்திரம் தேய்த்ததால்,
பாதம் முழுவதும் புண்கள்..,
இருந்தும் தொடர்ந்து அடி வைத்தாள்
எமது உயிர்காக்க!
பாத்திரம் தேய்த்தாள், பருப்புசோறும் விருந்தும்
எங்களுகளிக்க!
கீறல் விழுந்த உன் வாழ்வை கண்டு
கீறல் விழுந்தது என் இதயமம்மா!
என்று நான் பட்ட கடன் அடைப்பேன்?
வலியின் பயணத்தில் !

- இரா. கலைவாணி எம்., ஏ.,

அவளின் நினைவுகள்

மலர் போல் வந்தாயே!
என் மனதை நோக வைத்தாயே!
அன்போடு இருந்தாயே!
நம் உறவை அறுத்து விட்டாயே!
நறுக்கென்று ஒரு வலி..
முள்ளினால் குத்தியது போல் இருந்தது.
என்னவென்று பார்த்தேன்
குத்தியது முள் அல்ல அவளின் சொல்!
அவளிடம் பேசிய நேரங்களில் என்னை மறந்தேன்
பேசியதை நிறுத்தினேன், அவள் என்னையே மறந்தாள்
நிஜங்கள் எல்லாம் மறைந்தது
நினைவுகள் எல்லாம் நின்றது
வேதனைகளோ வந்து குவிந்தது
காதலித்தேன் பெண்ணை கைவிட்டால் என்னை
கலங்கியது மனம் மண்ணில் புதைந்தது என் பிணம்.

- தமிழின் தோழன் கவியானந்தம்

அவளின் பயணம்

பிறந்த உடனே, ''பெண்ணா?'' என்ற
பழம்பெரும் பாடலுடன் துவங்கியது என் பயணம்!
பாவாடை சட்டை அணிந்த நான் பட்டு தாவணி
உடுத்திய பொழுது முடங்கிப்போனது என் படிப்பு!
கௌரவ திருமணத்தில் புரிதல் இல்லாத ஒருவனோடு
ஒரு புது வாழ்வை தொடங்கினேன்!
வெறுப்புற்று நீங்கிய பொழுது
நான் மட்டும் வாழாவெட்டி ஆனேன்!
அந்த நான்கு பேர் சொல்லும் வேதங்களுக்கு
மத்தியில் என் வாதங்கள் யாவும் அகதியானது!
வருடம் வரும் முன்னே என் வயிறு வீங்கிவிட்டது
என் பிள்ளை அவனோடு என்னை சேர்த்துவிட்டது!
இதில் எங்கு நான் எனக்கு பிடித்தாற்போல் வாழ்ந்தேன்?
வாழ்கிறேன்? என்று சிந்திக்கையில்..,
''அம்மா" என்றொரு குரல் தேடலுக்கான விடை கிடைத்தது
இனி வாழ்வதும் சாவதும் உனக்காக என்று!

- யாமினி

தீட்டப்பட்டவை

அதிகாரி ஆக்கனன்னு அருணாகொடி வித்தகத
ஆ-வண்ணா நா சொல்ல அத்தனையும் மறந்து போகும்
ஒத்தவேள சோறுக்கே வண்டி கட்டி போனமம்மா
ஓட்டகுடிச ஒன்னு வச்சி நிம்மதியா வாழ்ந்தனம்மா
ஆகாய பள்ளியிலே ஆரம்ப கல்விக்கும்,
ஆடுமாடு மேய்த்த கத பலவுண்டு!
உயர்ந்தோங்கு பள்ளிக்கு உசந்த ரக சட்ட போட
உப்புமூட்ட தூக்கி நடந்த ஊசல் வலி சிலவுண்டு!
பட்டப்படிப்பு படிக்கலான்னு பட்டணமே போயி வர
பட்டிக்காட்டு பாவியின்னு கேலி செஞ்ச வரி கேக்கும்.
பட்டபடிப்பு படிச்சாலும் ஒத்த
வேல கிடக்காம ஊர்ஹூரா சுத்தனெதெங்கே
தாங்காத வலி பூராததும் பிததும்பி நா படிக்க
தங்க மய கவிதையின்னு தரணி பூரா சொல்லுராங்க
திசையெங்கு காகிதமா காயிதம்மா நாலெழுத்து
கச்சிதமாக நா யெழுத நாடெங்கு பிறக்குதம்மா
செவ்வானம் கிழியும் போது செங்குருதி கொட்டுனாலும்
செஞ்சிரிப்பு காட்டுதம்மா ஜெயித்த கத சொல்லுதம்மா
வளந்த போது யார்வரல வாழும்போது எதுந்தரல
வொசத்தியாக வந்தபின்னு கையெழுத்து கேக்குதம்மா
தல முழுக்க கணம் நின்னு தலக்கணமே கூடாது
தரணியில மனிதனாக மாண்படைய வேணுமம்மா
வேதனைக்கு வேலி போட வெறியோட ஓடனுமே
வேள்வியில குதிச்சாலும் வெந்தபின்னு துடிக்கனுமே

- கவிஞர்.மே.மு.மணிமாறன் திருத்தணி

துவண்டுவிடாதே

தந்தையை தாக்கும் இன்னல்கள்
என்னையும் பதம் பார்த்தது !
தாயின் வழி சொந்தத்தே துரோங்களும் சேரவே
தாய்தந்தை சண்டையில் சந்தோஷம் உடைந்ததே !
சொந்த வீடில்லா நிலை கண்டு சொந்தங்கள் இகழ்ந்தது
தந்தை மனம் சோர்ந்து முடங்கவில்லையே !
காயம்பட்ட நெஞ்சத்தொடு
வீழாத சூரியனாய் வாழ்ந்து வந்தோம்
பந்தங்கள் கடனாலே பரிகாசம் செய்தாரே
தந்தையோ அச்சமின்றி வியர்வையாய் குருதி சிந்தி
கடன் அனைத்தும் முறித்தாரே !
தாயோ தொப்பிள் கொடி உறவான தம்பியை
இழந்தே தாய் மாமா மரணநிகழ்வு கடந்தே
சொந்த ஊரில் தஞ்சம் புகுந்தோம் !
இங்கும் தொடர்ந்தது துரோகமும் துன்பமும்..
வலிகளில் தவழ்ந்தே கண்ணீரை அணைத்தேன் !
நோயால் தந்தை படும் அவதியோ ஒருபுறம் !
பணம் என்ற பேயால் நாங்கள் படும் துயரம் மறுபுறம் !
அனைத்தும் கண்டு நான் காயம் அடைந்தாலும்
மனதில் பயம் அடையவில்லை !
இவ்வுலகை புகழால் வளம்
வருவேன் ஒழுக்கநெறி விழகாது !
எங்கள் துன்பங்கள் யாவையும் இறைவனடி சேர்த்தே
துணிவுடன் வாழ்வோம் நம்பிக்(கை) கோர்த்தே !

- ம. சுதா கவி

தீராவலி

கண்களில் கண்ணீர் வற்றி போனது !
நினைவுகளில் பசுமை காய்ந்து போனது!
கனவுகளிலும் மகிழ்ச்சி காணாமல் போனது!
வாழ்வில் விருப்பமில்லாமல் போனது!
பேச்சில் நாட்டம் இல்லாது போனது!
உன்னை சுமப்பதினாலே என்னவோ,
மனதில் வலிகள் மட்டும்
தீராமல் போனது !

- மீ.அனு

இப்படிக்கு உன் இதயம்

இன்னும் எத்தனைத் திங்கள் காத்திருப்பாய்?
உன்னை மறந்த அவன் அழைப்புக்காக!
இன்னும் எத்தனை வேளை உண்ணாதிருப்பாய்?
உன் நினைவை நெருப்புக்கு
உணவிட்ட அவன் குரலுக்காக!
இன்னும் எத்தனை இரவுகள் இமைக்காதிருப்பாய்?
உனக்காக ஏங்காத அவனது ஒற்றை பார்வைக்காக!
இன்னும் எத்தனை உறவுகளை உதறித்தள்ளுவாய்?
உன்னை வேண்டாம் என்று உதறிவிட்ட அவனுக்காக!
இன்னும் எத்தனை நாட்கள் தான் உடன் இருப்பாய்
உயிரே! உனக்காக துடிக்கும் எனக்காக.

- மீ.அனு

பிழையும் பழியும்

நீ பெண்ணாக பிறந்தது பிழை என்பார்கள்,
நீ வளர்ந்த விதம் பிழை என்பார்கள்,
நீ பேசியது, நீ பார்த்தது நீ நடந்தது,
உன் விருப்பம் எல்லாம் பிழை என்பார்கள்,
உன்மேல் பழி சுமத்துவார்கள்.
பிழை பழி இவை எல்லாம் சாதாரணம்
உன் மேல் சுமத்தும் போது அவரறிய மாட்டார்
அவை எடுக்கவிருக்கும் அவதாரத்தை!
என்மேல் விழுந்த பழியை என்னால் உடைக்க முடியும்.
ஆனால் என்னுள் அனைத்தையும் பிழையாக
காண்பவர்களுக்கு என்ன பதில் சொல்ல முடியும் !

- சுரபி அக்சய பிரசன்னா

கசியும் இதயத்தின் கடைசி நன்றி

அவளுக்கு நான் சொல்லும் நன்றி கிறுக்கல்...
உன்னை நினைத்து நான் கிறுக்கிய
கிறுக்கல்களின் கிறுக்குதனத்தை புரியச்செய்ததற்கு நன்றி!
ஏமாற்றத்தை மட்டும் தந்த உன்னால் பல மாற்றத்தையும்,
விடையறியா பலகேள்விகளின் விடையறிய செய்ததற்கு
நன்றி!
நான் உன் மீது வைத்திருந்த நம்பிக்கையை என்
பலவீனமாக
பயன்படுத்தி என்னிடம் நாடகம் ஆடி சென்றதற்கு நன்றி!
நான் யார் என்பதையும் உண்மையான அன்பும் காதலும்
என்னை சுற்றிதான் உள்ளது உன்னிடம் இல்லை
என உணரசெய்ததற்கு நன்றி!
இப்பொழுதும் எப்பொழுதும் உன்னை காண
வாய்ப்பளிக்காத இந்த சூழ்நிலைக்கு நன்றி!
என் கற்பனைக்கும் என் கிறுக்கல்களுக்கும்
வழி வகுத்து தந்ததற்கு நன்றி!
பாசம் என்னும் ஆயுதத்தால் பாசங்கு செய்து
என்னை பலவீனமாக்கியதற்கு நன்றி!
கண்ணீரையும் கவலைகளையும் தந்து என் மனதை
பலபடுத்தியதற்கு நன்றி!
காதலுக்கும் காமத்திற்கும் உள்ள வித்தியாசத்தை
உணரசெய்ததற்கு நன்றி!
என் நண்பர்களின் அன்பையும் அக்கறையையும்
அறியசெய்ததற்கு நன்றி!

குறிப்பாக உன்னால் ஏற்பட்ட வலிகளையும்
கவலைகளையும்
ஏன் (உன்னையே) மறக்கசெய்து, என் வாழ்க்கையை
இனிதாக்கிய என் இனியவளை கிடைக்க செய்ததற்கு
நன்றி!
மொத்தத்தில் உனக்கு நான் சொல்லும் கடைசி நன்றி!

- குரு அமுதன்

வேதனை அறிவாயோ?

உயிர் பெற்ற நாள் முதல் உற்சாகம் இல்லை!
வயிர்பெற்ற இந்த உடலுக்கு வருமை புரியவில்லை!
வாய்ப்பும் ஏளனம் செய்யும் மனிதனுக்கு
ஏற்றவாறு இயங்குது!
இதில் வரும் நோய் ஒரு பக்கம்
வறுமை மறுபக்கம்!
இயந்திர சத்தங்கள் நடுவே
இதயம் இரைச்சல் போடுது., யார் கேப்பார்?
அடகுவைத்த அம்மா நகையின் நோட்டிஸ்
கதவை தட்டும் வேதனை அறிவாயா?

- மு.முத்தமிழ் சூர்யபிரதிப்

இல்லாத காதல்

இணையம் இனைத்தது
இன்றியமையாத இரவுகள் பல கடந்தது!
மாதவிடாய் சுழற்சி முறையும்
எங்கள் பேச்சில் இருந்தது!
கடல் ஆழம் கடந்த பரிமாற்றம் ஏராளம்!
மனது வைத்தால் நிச்சயம் மணம் முடிக்குநிலை!
புரியவில்லை ஏது என்னை தடுத்தது?
கடமையா இல்லை பயமா!
காதல் அரமனதை குடையும் நேரம்.,
பதிலுக்கு நாட்கள் கேட்டேன் திடிர் இணைய கோளாறு!
அவளைவேறு இணையம் இனைத்து கொண்டது!
இந்த காதல் அதில் தொடங்குமா?

- மு.முத்தமிழ் சூர்யபிரதிப்

மண்ணாகி போன காதல்

காதல் நாடி உயிர் நாடியென தேடி,உடைந்து நின்றேன்
இன்று தெருக்கோடி!
ஓடி ஓடி சென்றேன் அவள் தூரம் போக்க. ஓடி சென்றாள்
எனை பாரம் தாக்க.
பெத்தவன் சேர்த்த சொத்து அத கொஞ்சம் வித்து
பிணி துணை நிக்காது காத்து நடந்தன குற்றமாம்!
பிழையாம்!
என்அழகே, கால் நரம்புகள் சும்பிடும் வரை, மரணம்
என்னை தழுவாத வரை, உன்னுடன் உனக்காக வாழ்ந்திட
மாட்டேனா?
இவ்வுலகம் இங்கு படைக்கப் பட்டதும் காதலை இங்கு
உதிர்த்து சென்றதும்,
நீயும் நானும் ஒன்றிணைய என எண்ணியதெல்லாம் வெறும்
காணல் நீரா?
உயிர், உடல், அண்டம் கலந்தது காதல் அல்லவோ?
பணமும் நிலமும் தான் உறவுக்கு அர்த்தமோ? என் திறமும்,
திடமும், குணமும்
பார்க்காத காதல் மண்ணோடே போகட்டும்..
ஏனோ மண்டையில் உரைப்பது எதுவும் மனதுக்கு
உரைப்பதில்லை!

- கவின்மகிழன்

என் குடும்பத்தின் வலி

வறுமைக்கு என் குடும்பத்தை பிடித்துவிட்டதோ என்னவோ?
அது வாழ்ந்த வண்ணமே உள்ளது எங்களை வாழவிடாது!
உறவுகள் எங்களுக்கு உதவிக்கரம் நீட்டுவார்கள் என
நினைத்தோம், அவர்களோ உதாசீனத்தை தான்
கொடுக்கிறார்கள் உனக்கு வாழக்கூட வழியில்லை என்று !
என் பள்ளிக்கூட படிப்பிற்கு பணம் செலுத்த
பக்கத்து வீட்டுக்காரரிடம், பத்து நாள் தவணைக்கு
கடனும் வாங்கியிருந்தோம் !
ஊரைக் கடந்து காட்டு வேலைக்கு சென்று,
களைப்போடு கிடைத்த ஊதியத்தை கொண்டு,
வீட்டுக்கு வந்த அப்பாவை பக்கத்து வீட்டுக்காரரோ,
கொடுத்த பணத்துடன் கூடிய வட்டியும் வேண்டும்
என்று மிரட்டியதென்ன !
வாழ்ந்து கொண்டிருக்கும் வாழ்க்கையில் என்னவோ
வருபவர்கள் எல்லாம் வஞ்சனைகளாகவே
பார்க்கின்றார்களே !
இவற்றை கண்ட என் தாயோ வலிகள் நீங்க ஒருநாள்
வழிகிடைக்கச் செய்துவிடு என்று கூற,
என் இதயத்தில் எத்தனையோ வலிகள்
எழுந்த வண்ணமிருந்தாலும், இதற்கும் வழி கிடைக்குமென,
வாழ்வை கடந்த வண்ணம் சென்று கொண்டிருக்கின்றேன்..!

- நெல்லை சதிஸ்

நினைவுகளை பொய்யாக்கி போனாள்

இதயம் என்னும் சொர்க்கத்தில்
குடியிருக்க நினைத்தேன் – ஆனால்
நீ என் இதயத்தை இடித்து விட்டு சென்றாய்!
என் பிடிவாதம் உன்னிடம்
தோற்க வேண்டுமென நினைத்தேன் உன் அன்பால்..
ஆனால் காயத்தை விட்டுச்சென்றாய்!
உன்னுடன் இருந்த நினைவுகளை பத்திரபடுத்த
நினைத்தேன்
கடைசியில் அந்த நினைவுகளை மட்டுமே
விட்டுச்சென்றாய்!
காலையில் மலர்ந்த பூ போன்ற மனம் கொண்டவனே
என்றாய்,
ஏனோ என்னை வாடவிட்டுச் சென்றாய்!
உனக்காக நான் விடும் கண்ணீரும்
உனை வந்து சேர்வது எப்போது?

- கவிராட்சசன்

சிதறல்

தோல்வியெனும் வேள்வியிலெரியும்
சருகான இலை நான் !
எரிந்த பின்பும் நெடு நேரமாய்
வெப்பத்தில் வெந்திடும் செங்கங்கு நான் !
நில்லாது ஓடும் காலத்தில்
ஓடா கடிகாரமாய் நான் !
என்னதான் இலைகளை உதிர்த்தாலும்
ஆலம், பனையாகிடுமோ ?
குருவியின் குறும் பார்வைதான்
கழுகு போல் கூரிடுமோ ?
உள்ளமளித்து இயலா உடலளித்து
உழலவைத்து செயல்கள் அளித்துக் கொல்வதற்கு
பணியாற்ற இயலாமல் சாவதற்கு
உடலற்று வெறும் உயிராய்
உலவ விட்டிருக்கலாம் அந்த இறைவன் !

- ச. த. ரேணுகா

தந்தை இல்லாத தருணம்

உங்கூட ஓட்டு வீட்டுல இருக்கையிலும் சந்தோசமா
இருந்தபா,
ஆனா இப்போ, பல மாடி வீடு கட்டி பத்திரமா
இருக்கையிலும் பதபதக்குது மனசு, நீ இல்லாம.
சைக்குளுள போகையிலு சந்தோசமா நான்னிருந்தேன்
உங்கூட,
இப்போ புள்ளட்டுள போனாலும் பொலம்பிகிட்டே
இருக்கேன் பெத்தவன இழந்துட்டனு.
உங்கையால கூழு கஞ்சி குடிக்கையிலும் குதுகலமா நா
இருந்தேன் ஆனா இப்போ,
கறிசோறு தின்னாலும் கவலையோடு இருக்கேன் பா
மகராசா நீ ஏன் கூட இல்லையினு.,
நீ இருக்கையில கை எடுத்து கும்புட்ட ஓரவெல்லாம்,
கை ஓங்கி நிக்குதப்பா.!
சித்தப்பன் பெரியப்பன்னு இருந்தவங்க இப்போ
தள்ளிப்போ ன்னு சொல்லுராங்க,
உன்ன நினைக்காத நாளில்ல,
நான் அழுதா ஆறுதல் சொல்ல நாதியில்ல,
மண்ணொடு போன உன்ன நெனச்சு வீட்டு திண்ணையில
திங்காம கெடக்கேம்பா.
பயணங்கீது போயிருந்தா பாதியில வர சொல்லிருப்பேன்,
தூரமா போயிட்டியே தொரத்த முடியா தொலைவுக்கு!

- வெற்றி 79

அவள் தந்த வலிகள்

என் வாழ்வில் ஒவ்வொரு இரவுகளும்
எனக்கு நரகமாய் நகர்கிறது அவள் பிரிவால்!
என் கண்களில் வழியும் ஒவ்வொரு துளி கண்ணீரும் அவள் தந்த வலிகளின் அடையாளம்!
அவளை நினைத்து துடித்த இதயம். அவள் இல்லை என்றதும் துடிக்க மறுக்கிறது!
கதறி அழுத என் இரு விழிகளில் கண்ணீர் வற்றிப்போனது பெண்ணே!
நான் உன்மீது வைத்த அன்பு! அனாதையாய் போனதடி பெண்ணே!
மனமெல்லாம் உன்னைப் பற்றிய கவலைகளோடு.,
தனிமையைத் தேடி செல்கிறேன் பெண்ணே!
வற்றிப்போன ஆற்றிலே துடிக்கும் மீன் போல உன்னை எண்ணி அனுதினமும் துடிக்கிறேன் பெண்ணே!
அவளுடைய ஆயிரம் கோவங்களை நான் பொறுத்துக் கொண்டேன்
என்னுடைய சிறு கோவத்தை பொறுக்காது என்னை விட்டு பிரிந்து என் இதயத்தில் ஆற்றமுடியாத காயத்தை தந்தது ஏனடி பெண்ணே !

- **Sabari kavithaigal**

நான் ரசிக்கும் ரணம்

தளர்ந்த என் இருதயம் - அடர்ந்த உன் நினைவுகளால்
அல்லலுற்று, அலைமோதி சற்று விட்டு விட்டுத் துடிக்கிறது!
இடைவேளையிலும் கூட, உன்
இனிமைமிகு பெயரைச் சொல்லியே இசைக்கிறது!
உறவாகி அதற்கும் மேலாய் உயிராகி
அதனினுள் ஆழமாகி கருவாகி
என் காதலுக்கு உருவாகி இன்னும் எனதாகி.,
எலும்பற்ற நாவியற்றிய, என்னையறியா கொட்டி விட்ட
ஏளன வார்த்தைக்காய் எட்டிச் சென்று விட்டாய் ஏனோ?
சரியாகிவிடும் என்று எண்ணினேன் சலித்துக் கொண்டு
கடந்து சென்றாய் கோட்டைக் கட்டினேன்
இதயத்தில் கோவப் பார்வையால் தகர்க்கிராய் நீயே !
காயங்கள் என் இதயம் ஏற்ற போதும்;
மாயங்கள் என உள்ளம் மறுக்கிறது போலும்!
உன் சிறு சிரிப்பை சிலப்பதிகாரமாய் வாசிக்கிறேன் !
என் நினைவுகளை சில்லரையெனத் தூக்கி வீசுகிறாய் !
மறக்க நினைத்தும் மனதில் சலனம்.
வெறுக்க நினைத்தும் நினைவுகளில் புலனம்
யாவையும் ஒறுத்து உறங்க நினைத்தால்
கனவிலும் உன் ஜனனம் !
என் சுவாசம் தொட்ட காதலே!
உன் வாசம் தொடப்பெற்றேன் காயமே!
காயமானாலும் என்னவளின் கம்மல் அசைவிற்கு
கண்டங்களும் விலையாகாது;
கவிதைகளில் அவளைக் கவின் மிகக் கணித்தாலும்
கன்னியவளின் கனல் குறையாது.

– தமிழ்ச்சேவகி த.சிந்துகவி

அன்பை அறுத்தெறிந்தவளே

மனம்விட்டு பேசி மகிழ்ந்தவள், இன்றோ
மனக் குமுறலில் ஆழ்த்திவிட்டு செல்கின்றாள்.!
மனதில் ஆசைகளை வளர்த்துவிட்டு இன்றோ
மண்ணில் முளைத்த செடியைப் போல
வேரோடு அறுத்து எறிகின்றாள்.!
கரம்பிடிக்க நினைத்த என்னை காரணமே இல்லாமல்
கானல் நீராய் கரைக்கின்றாள்.!
எந்தன் கண்ணீர் துளிகள் அவளுக்காக மட்டுமே
சுரந்து வடிக்கின்றது – ஆனால் அவளோ
புரிந்து கொள்ள மறுக்கின்றாள்.!
இதயமும் துடிக்க மறந்து உன்னிடத்திலே
வந்து தஞ்சம் அடைந்திட தவிக்கின்றது.!
இருக்கின்ற உறவையும் உந்தன் அன்பால்
வென்றுவிட்டு இன்றோ ஒட்டாத உறவாய் வேடிக்கை
பார்க்கின்றாள்.!
எந்தன் அன்பை புறந்தள்ளுகின்ற உன்னால்
என்றுமே எந்தன் நினைவின்றி வாழ்ந்திட முடியாது!
என்றாவது ஒருநாள் நான் உந்தன் நினைவிற்கு வந்தால்
உந்தன் கண்கள் சிந்தும் ஒருதுளி நீரில்
நானும் வாழ்ந்திருப்பேன் !

- கு.ரமேஷ்குமார்

வலி நிறைந்த இதயங்களோடு

நான் நானாய் ஒரு வழியில் நடக்க,
நீ பாதையாய் என்னோடு வந்தாய்!
சிரிப்புகளுக்கு அர்த்தம் என்னவென்று கேட்க,
புவியையே புன்னகையால் மாற்றி தந்தாய்!
மௌனம் கொண்டு மண்ணில் நடக்க,
மணிக்கணக்காய் பேசும் நாளாக மாற்றி தந்தாய்!
சிந்தனைகளில் பல எண்ணங்கள் ஓட,
என் சிந்தை முழுவதும் நீ மட்டும்
வாழும் காலமாய் மாறியது!
கண்ணீரால் பல தருணங்கள் நான் வாட,
காலம் முழுவதும் சந்தோஷங்களால்
நிரப்புவேன்னென்று என்னுள் நுழைந்தாய்!
சிரிப்பு சிந்தனை கண்ணீர் கஷ்டம்
சந்தோஷம் புன்னகை துக்கம் துன்பம்
இன்பம் இஷ்டம் உறவு உலகம் என
அனைத்துமாக இருந்த நீ எல்லாவற்றையும் நொறுக்கிவிட்டு,
நடந்த மெய் எல்லாம் பொய்யென்று உணர்த்திவிட்டு
உடைந்த இதயத்தை ஒட்டி வைத்து
ஒற்றை நொடியில் துண்டுகளாக தூவவிட்டு
போயே போய்விட்டாய் !
என்னோடு அல்லாமல் உன்னவளோடாவது
விட்டுச் செல்லாமல் வாழ்ந்துவிடு!
அவள் இதயமாவது இடிந்து போகாமல் இருக்கட்டும்!

- மு. மாரிச்செல்வி (குட்டிக் கவிதை யாழினி)

வலிகள் வாழ்வை செதுக்கும் உளிகள்

பிறப்பிற்கும் இறப்பிற்குமான இடைப்பட்ட
நெடும் பயணத்தில் தான் எத்தனை எத்தனை வலிகள்.,
சில வலிகள் சுகமாக பல வலிகள் சுமையாக.,
அன்னைக்கு வலி கொடுத்து அகிலம் பார்த்த போது;
ஆரம்பித்தது முதல் வலி!
நினைவு தெரிந்த நாள் முதலாய் நித்தமும் வலிகள்!
பள்ளி வயதை எட்டியபோது அன்னையைப் பிரிந்து
பள்ளிக்கூடம் சென்றது பெரும் வலி!
கற்றுத் தந்தது கல்வியின் முக்கியத்துவத்தை!
பன்னிரண்டுகளை தாண்டிய பின்னோ,
மாதம் மூன்று நாட்கள் மாறாத வலி,
கற்றுத் தந்தது பெண்ணும் திடமானவளென்று.
பரீட்சைகள் நெருங்கிய போது
பெறுபேறுநாட்கள் பேறுநாட்களாய் தந்த வலி
கற்றுத்தந்தது முயற்சித்தால் முன்னேறலாமென்று!
படிப்பின் இறுதிக் கட்டத்தில் பாசமான
நட்புகளைப் பிரிந்த வலி கற்றுத் தந்தது
இதுவும் கடந்து போகு மென்று!.
கல்வியில் கரை சேர்ந்த பின் வேலை கிடைக்காமல்
அலையும் வலி கற்றுத்தந்தது பொறுமையே
பெருமையென்று!
காத்திருந்த முதல் காதல் கண் முன்னே பறிபோய்
பந்தாடப்பட்ட வலி கற்றுத்தந்தது நமக்கானது நிச்சயம்
நம்மை சேருமென்று!
இருபத்தைந்துகளைத் தாண்டினால் இன்னும்
திருமணமாகவில்லையா என்ற வினாக்கள்
குத்திக் கிழிக்கும் வலி,
கற்றுத்தந்தது காற்றுள்ள போதே தூற்றிக் கொள்ளென்று!

மணமாகிய பின் மகப்பேற்று வலி; கற்றுத்தந்தது
பெண்ணாய் பிறந்ததன் மகிமை என்னவென்று!
வயதேற வயதேற உறவுகளை ஒவ்வொன்றாய் இழக்கும்
வலி கற்றுத்தந்தது எதுவும் நிரந்தரமில்லையென்று!
இடையில் துரோகம், தனிமை, ஏமாற்றம், வெறுப்பு,
விரக்தியென இன்னும் பெயரிடப்படாத பல வகை வலிகள் ;
கற்றுத்தந்தது நாம்பெற்ற வலிகளை
யாருக்கும் தந்துவிடாமல் வாழ வேண்டும் என்று!

- சகி

சத்தம் இல்லாத யுத்தம்

கொரோனாவுக்கும் ஊரடங்குக்கும் இடையில் நாம்,
அடுத்த வேலை சோற்றுக்கும் அடுத்தவரிடம் கையேந்தும்
நிலைமைக்கு தள்ளபடுவோமோ என்றபயம்.
பேசி பழகியவர்களின் எதிர்பாராத மரணம்
கட்டி அனைத்த நண்பனையும்
எட்டி நின்று பார்க்கும் காலம்.
இத்துனை கொடுமைகளுக்கும் நடுவில்
மது பிரியர்களின் கோர தாண்டவம்;
கொரோனாவின் கைப்பிடியில் இருக்கும்
இவ்வுலகம் மீளும் என்ற
சிறிய நம்பிக்கையில் வாழ்கிறேன்;
நானும் பிறர் போலவே!

- ஜனனி.ஜெ

அவன் தந்த வலிகள்

உன் நினைவுகள் என்னும் கல்லறையில் புதைந்து,
உன் காதல் என்னும் நினைவுகளில் என்னை மறந்து,
உன் பிரிவினால் என் இதயம் உடைந்து,
உன் இனிமையான அன்பினால் என் வாழ்வை மறந்து,
இன்று உதிர்ந்த மலரைப் போல உலர்ந்து நிற்கிறேன்!
நீ தந்த வலிகளால் கனவுகளை இழந்து,
தூக்கத்தை மறந்து, புன்னகைகள் அனைத்தும் மறந்து,
உன் காதல் என்னும் நினைவில் உயிரில்லாத உடலைப்
போல
உன் நினைவுகள் இல்லா ஜடம் ஆகிவிட்டேன்;
என்ன சொல்வேனடா என் அன்பே!
என் கனவில் கூட உன் நினைவுகளையே சுமக்கிறேன்!
என் ஏக்கங்களும், எதிர்ப்பார்ப்புகளும் பொய்த்துவிட
தனிமையை தேடி செல்ல முயற்சித்தேனடா;
நடு இரவில் அனைவரும் உறங்க நான் மட்டும் உன்
நினைவுகளில் மூழ்கி போகிறேன் ஏனடா?

- கோ.பவித்ரா (கவிதை காதலி)

நினைவோடு கோர்த்த காதல்

வேறொருத்தியின் கணவனாய் காவலனாய் சென்ற
எந்தன் நினைவின் மைந்தனவன்;
உடைந்த கீறலை ஒட்ட எண்ணி
மதுவில் ஆறுதல் தேட இயலா பேதையிவள்;
நீ இருப்பாய் என உனக்கு பிடித்த,
நானும் ரசித்த பாடலை, இன்றும் ரசிக்கிறேன்;
சற்று திருத்தங்களாய் உந்தன் நினைவோடு.,
உன்னில் நான் ரசித்தது, என்னில் நீ ரசித்தது,
நம்மில் நாம் ரசித்தது;
அனைத்தும் என்னோடு உன்னைத் தவிர,
மறக்க நினைத்தும் நினைவில் தொடரும் உறவு நீ!

- சரண்யா தேவி குமரவேல்

கடந்து வந்த பாதையின் தாக்கம்

பெற்றோருக்கும் பிள்ளைக்கும் நடக்கும் போர்;
முதல் பிள்ளைக்கும் அடுத்த பிள்ளைக்கும்
ஒப்பிடுதல், அங்கே தான் அரங்கேறுகிறது,
தாழ்வுமனப்பான்மையின் முதல் வலி!
உற்றார் உறவினரால் அசிங்கப்படும் போது ஏற்படும்
கொடுமையான வலி இது!
ஆசிரியர்களால் மாணவர்களுக்குள் ஒப்பிடுவதால்
ஏற்படும் வலி!
நெருங்கிய நண்பர்கள் கூட செய்யும் துரோகத்தினால்
ஏற்படும் வலி!
அலுவலக பணியில் மேல் அதிகாரியின் அவமதிப்பினால்
ஏற்படும் வலி!
பிறர் செய்த வேலையை தான் செய்ததாக கூறும்
உயர் அதிகாரியின் சூழ்ச்சியால்
ஏற்படும் வலி!
சகோதர சகோதரிகளால் வஞ்சிக்கப் படும் போது
ஏற்படும் வலி!
நம்பினோர் முக்கியமான நேரத்தில் கைவிடும் போது
ஏற்படும் வலி!
மனதுக்கு பிடித்தவர்கள் நம்மை விலகி செல்லும் போது
ஏற்படும் வலி!
இப்படி பல வலிகளால் நெஞ்சில் ரணமாய்
வேதனைகள் ஆறா வடுவாய் இருந்தாலும்;
சில நேரம் ஒரு சில கண்ணீர் துளிகள்
நம் கண்களை நனைத்தாலும்;
பல நேரம் முகத்தில் வேதனை மறைத்து
உதட்டில் புன்னகை பூசிக்கொண்டு வாழும்
அனைவருக்கும் இக்கவிதையை சமர்ப்பிக்கின்றேன்.

- கவிசிதறல்கள் வினோதினி

பிழையாநான்?

காமம் வளர்த்து யாரோ செய்த பிழையில்
உருவான விருட்சம் நான்!
உறவேது என்று தெரியாமல் தடுமாறி நிற்கிறேன்.யாரோ
செய்த பிழையில்
என் எதிர்காலம் திக்கு முக்கு ஆடுகிறது.
காட்சி பிழையா இல்லை காமப்பிழையா? என் ஜனனம்..!
கண்டு கொள்ள யாரும் இல்லை
கைக்கொடுக்க எவரும் இல்லை.
எவரும் ஒருதினம் கூட மறந்ததிலை
அனாதை என என்னை அழைப்பதற்கு;
மங்கை அவள் (அன்னை) என்னை
எவ்வாறு நடுத்தெருவில் விட்டு சென்றாள்
என்று இன்னும் விளங்கவில்லை,
காயங்களோடு பயணிக்கிறேன்...!
என் உடலை விரும்பாது உள்ளத்தை விரும்பும் ஒருவனின்
துணை கிடைக்குமா? என்ற ஏக்கத்தில்.

- இயல்பின் இளவரசி வினிதா

நினைவில் நின்றவள்!

நான் விரும்பிய இதயம் இன்று என்னிடம் இல்லை!
அவளுடன் பழகிய அழகிய தருணம்
அன்பாய் பேசி ரசித்த நாட்கள்,
காதலோடு அவளுடன் ஒன்றாய் சென்ற இடம்
எல்லாம் கடந்த காலத்தின் நினைவுகள்!
அன்பினை பகிர்ந்து என்னை தழுவிய கைகள்
இன்று இன்னொருவனுடைய கரம் தழுவி!
அவனின் மஞ்சம் சென்ற என் தேவதை!
எப்போதும் நீங்கா வலியாய் என் நினைவில் அவள்!

- இதயதூரிகன்

நினைவுகளின் அழுகுரல்

காதல் என்னும் சொல்லை சற்று
தடுமாற்றத்தோடே கையாள முயல்கிறேன்..
இறுதியில் என்னை போன்றே என் கவியும்
தனித்து நிற்க கூடாது என்பதற்காக..!

காதல் அழகானது புனிதமானது தான்..
அதனை காட்டிலும் மிக கொடுமையானது,
வாழ்க்கை வேரை வலியோடு சாய்ப்பதும் கூட.,
என்பதை மறவாதிரு மனமே..!

தன்னை முற்றிலும் அவனுக்காக மாற்றி,
தனக்கானவையும் அவனுக்காக என வாங்கி,
தன்னையே அவனுக்காக மாற்றும்
இந்த மீளா நோய் தான் காதல்!

அவன் கூறும் பொய்களும் இனிக்கும்;
அவன் செய்யும் தவறுகளையும் மனம் ஏற்கும்.

விடிந்ததும் என் செவிகள் அவன் குரலை நாடும்;
என் கண்களோ அவன் புகைப்படத்தை தேடும்.

இப்படியே நாட்களும் கழிந்தன..
அவன் இல்லாமல் இருப்பதை என் மனமும் நம்ப மறுத்தன..!

அவனை பிரிந்த வலிகளில்,
என் நினைவலைகளோ சிக்கி தவித்தன..!

இரவின் நிசப்தமும் சற்று சத்தத்துடனே
என் செவியுள் ரீங்காரம் இடுகிறது..

அவன் சென்ற பின்னும் கூட.
ஏனோ தெரியவில்லை!

காதலும் கடந்து போகும் தான்.
அவனின்றி அவன் நினைவுகளோடு மட்டும்..!

- அமிழ்தினி

கண்ணீரும் நானும்

ஒரு வகையில் நானும் வானமும் ஒன்றுதான்...
வானம் பகலில் சூரியனுடனும், இரவில் நிலாவுடனும்
காலம் கழிக்கின்றது;
நானோ பகலில் பொய்யான சந்தோசம்
இரவில் கண்ணீர் என இரண்டு பக்கங்களை
கொண்டிருந்தேன்
இரவு நேரங்களில் உண்மையான
கண்ணீருடன் கடக்க தெரிந்த எனக்கு., ஏனோ?
பகல் நேரத்தில் சிறிதளவு கூட பொய்யான
சிரிப்புடன் கடக்க தெரியவில்லை!
வாழ்க்கையில் கண்ணீர் என்பது இயல்புதான் ஆனால்,
எனக்கு மட்டும் கண்ணீரே வாழ்க்கையாக இருந்தது;
பகல் நேரம் முழுவதும் பொய்யான சந்தோஷம் தராத
நிம்மதியை, இரவு நேரத்தில் ஒரு துளி கண்ணீர் தந்தது

- மு.காயத்ரி

உயிரியம் பிரித்த உயரிய உயர்திணை

உயிரதை காத்து உதவிட
உறைத்ததை, உருளையில் நிறைத்திட
தவறிய பெயரால் உறவினர்,
உயிர் பிரியும் துயரினை
உணர்வென உள்ளம் உடன்கட்டை ஏறிட.,
உரியவோர் உத்தியோகத்தினர், வறியவருயிர்
உதிர்வதை நிறுத்திட உடனடி தீர்வென
உதித்திடும் விடியல் வேண்டும், உறங்கா இமைகள்!!
உயரும் உலக உயிரிழப்பினையினி பிணி
உருகுழைத்துடனே உருக்கிட உருவாக்கிடவும்
உண்மை உதவி கேட்குது
உள்ளம் மருத்துவரிடையே!!

- தாமோதரன்

கீறலின் பிம்பங்கள்

பிடித்த பாடலை கேட்டு ரசித்து ரசித்து...
கீறல் விழுந்த இசை தட்டாய்..
உன்னோடு இருந்த நாட்களை ரசித்து ரசித்து கீறல்
விழுந்தது என் இதயமும்!
அந்த கீறலில் இடை இடையே கொஞ்சம் கண்ணீரும்..
எட்டிப்பார்க்கிறது; கவலையில் புதையவும் செய்கிறது...
ஏமாறும் ஏமாற்றும் இவ்வுலகில்...
அன்பை பிரதானமாக கொண்டவளை
கோமாளியாய் மாற்றிவிட்டான், என்னவன்.
ரோஜா மலர் மென்மை ஆயினும்...அதிலும் முட்கள்
இருக்கதானே செய்கிறது - என்று மலரை ரசித்தவளை..,
நான் ரோஜா மலர் இல்லை அரளி மலர் என்று விசம் தடவி
சென்றதில் விலுந்திட்டதே இந்த கீறல்!
அந்த கீறலின் பிம்பங்களில் எங்கும் உன் முகமாய்.,
எங்கும் உன் நினைவாய்.,துடிக்கமறுத்தும்.,
துடிக்கமறந்தும், இசைக்கிறது என் இதயம்!

- இயற்கையின் காரிகை

தோல்விகளின் காதலி

இந்த உலகில் தோன்றிய நாளன்றே தன் பெற்றோரின்
அன்பெனும் போட்டியில் தோல்வியுற்றாள் !
சமுதாயம் என்னும் களம்
அவளை புன்னகையுடன் வரவேற்றது!
அவளுக்கு வெற்றிக்கான மற்றொரு ராஜியத்தை
பரிசளித்தது !
ராஜியத்தின் முடிசூடா இளவரசியாக வளர்ந்துவந்தாள் !
தன் உலகமான அரசரை இழந்தாள்!
பிரிவென்னும் படைவீரர்களால் வீழ்த்தப்பட்டாள்!
இயலாமை என்னும் போர்க்களதில் தள்ளபட்டாள்!
விமர்சன வீரர்களால் வீழ்த்தப்பட்டாள் !
இறுதியில் அன்பு என்னும் போர்க்களம்
அவளை வரவேற்றது !
கடினமான தருணங்கள் அனைத்திலும்
புன்னகை இளவரசன் அவள் முன்தோன்றி,
அவளை தன் மனதின் மகளாய் வளர்த்து வருகிறான்!

- கு.ஈஸ்வரி

மனதின் வலி

ஏனோ என் எல்லா இரவுகளும்
உன் உறங்கா நினைவாகவே செல்கிறது..
கடந்தே செல்கிறேன்.., என்னையும் மறந்த
பயணப்பாதையில், உந்தன் நினைவில்.
சில நேரங்களில் நினைவுகள் கொடுக்கும்
வார்த்தைகள் அற்ற மொழியும்,
சில நேரங்களில் ஏமாற்றங்கள் தந்து சென்ற வேதனையும்,
என் விழி ஈரத்திற்க்கு மட்டும் புலப்படும்;
மறுக்க மனம் இன்றியும், மறைக்க தைரியம் இன்றியும்,
வாழ்கிறேன் என்னையே ஏமாற்றிக்கொண்டு
நீயும் உன் நினைவுகளும் என் நிழலாக இருக்கும் வரை!

- ரேவதி பால்மாணிக்கம்

மாற்றம் வரும் மனமே!

சிறகு இல்லா பறவை இல்லை,
ஒளி இல்லா விளக்கில்லை,
உளி படாது சிலையில்லை,
வலி இல்லா வாழ்க்கையில்லை.
வாழ்வில் பல ஏமாற்றங்கள் வரும்,
கடந்து செல்ல முடியுமா என்ற கேள்வியும் வரும்,
கடந்து சென்றால் வலியை விட,
வழியே அதிகம் கிடைக்கும், வாழ்ந்து மகிழ!
தித்திக்கும் நினைவுகளை தந்த ஒன்று,
தீராத கண்ணீரையும் தரும்,
மனம் தளராது காத்திரு,
''மாற்றம் வரும் மாத்திட''
வாழ்க்கை நமக்கானது இல்லை
என்று தோன்றிடும் போதும்!

- சதாக்ஷி.சி

கார்முகிலின் கல் நெஞ்சம்

கருவறை தெய்வம் கண் எதிரில் கண்ணாடியில்,
கண்ணிமைக்காமல் கன்னியம் தவறாது கண்ணகியாய்!
கோதிய முடியோ? கொதிக்கும் கோபமோ?
கொட்டிவிடு ஒருமுறை அப்படியாவது கொதி அடங்கட்டும் !
நகுநாவிண்மீனை நின் உதயத்திலிருந்து காணவில்லையே !
அதன் பின்னனியென்ன நறுமுகையே ?

- பா.கவுசிகா

ஒளியிழந்த முத்துக்கள்!

கீறல் விழுந்த என் இதயத்தைக் கீறிக் கீறி பார்க்குதடி!
கில்லி கிறங்கி கீறுதடி! கீதையெல்லாம் ஒலிக்குதடி!
கீதாஞ்சலியெல்லாம் கேட்குதடி! இது கனவா இல்லை நினைவா?
யாதென்று உரைத்துவிடு, ஏனென்று கேட்கவில்லை!
சொல்லடி சிவசக்தி!

-பா.கவுசிகா (பார்கவி)

என்னவனை நினைத்து

ஒரு நிமிடம் எதிர்பார்க்காத நேரத்தில்
எதிர்பாராத இடத்தில் என்னருகில்
உன்னைக் கண்டேன் ஏனோ தெரியவில்லை!
உன்னிடம் என்னையே நான் தொலைத்தேன்;
காதல் கொண்டேன் உன்னிடத்தில்
கனவுகளை விட்டுச் சென்றாய் என்னிடத்தில்
கனவுகள் கனவாகவே போக
நினைவுகள் நெஞ்சோடு இருக்க
நினைவில் நீ மட்டும் இருக்க
உன்னை மறக்க நினைத்தேன் மறந்தேன்;
உன்னை அல்ல என்னையே நான்
என் உயிரில் கலந்தவனே,
என்னை விட்டு தனியாக எங்கே சென்றாயோ?
கீறல் விழுந்த இதயம் சரியாக என்னவன் வருவானா?
என்னவனை நினைத்து ஒரு நிமிடம் காதல் துளி!

- H.Saranya B.Sc

நெருப்பினில் துடித்த புழு

விரும்பியது விலகிய கணம், விரக்தியில் நின்றேன்;
விழியில் நீரோடும், நெஞ்சில் வலியோடும்;
கனவுகள் கானல் நீராய் கடந்து செல்கையில்..,
கலங்கி நின்றேன் கண்களில் நீரோடும் கனத்த மனதோடும்
தொடர் தோல்வியில் துவண்டு நின்றேன்;
துயிலில்லா இரவோடும், தீரா துயரோடும்;
உசுருக்குள் ஊடுறுவியவன் பிரிவில், உடைந்து நின்றேன்
வலி கொண்ட மனதோடும், வேதனை கொண்ட
இதயத்தோடும்;
நட்புகளே துரோகமளித்து செல்கையில்
நொடிந்து நின்றேன், விரக்தியின் விழிம்பில் வெறுமையின்
வேட்கையில்.
தனிமை சிறையிட்ட போதும் ஆயுள் கைதியாய் நின்றேன்;
அன்பு காட்டிட யாருமின்றி அரவணைத்திட ஒரு கரமின்றி
தூண்டிலில் சிக்கிய மீன் போல தவிக்கிறேன்
வாய்ப்புகள் தவறி வேறு வழியின்றி நிற்கயில்
வேட்டையாட நினைத்தவர்களை கண்டு மனமுடைந்து
மருகி மடிந்தேன்;
மரத்த உடம்போடும், கனத்த மனதோடும்,
நெருப்பில் விழுந்த புழுவாய் துடிக்கிறேன்..,
வலிகளும் வேதனைகளும் நிறைந்த என் வாழ்வில்.

- தமிழ்

நடைமுறை ஆசை

ஆசை கொஞ்சம்
பேராசை அதிகம்
ஆம்
ஏதாவது ஒரு படிப்பு
படிக்கலாம் என்றால்
அது ஆசை
மருத்துவம் படிக்க
நினைப்பது பேராசை
அதே பேராசைக் கொண்டு
கஷ்டப்பட்டு படித்து நல்ல
மதிப்பெண்கள்பெற்றால்
நீட்என்னைப் போன்ற
சிறுபான்மையினரின்பேராசையை
நிராசை ஆக்கி
எத்தனை கொலைகள்
செய்து விட்டது?
கிடைத்த படிப்பை
படிக்கும் சூழ்நிலைக்கு தள்ளப்பட்டுபட்டபடிப்பு முடித்து
அரசு வேலையில் சேர்வதற்கு
பயிற்சி கூடம் செல்லக்கூட
வசதி இல்லை
தாமாக முயன்று படித்து
தன்னம்பிக்கை கொண்டு
நேர்முகத்தேர்வுக்குச் சென்றால்
நமக்கு பின்னால் கழுகுபோல்
காசு கொடுத்து
நம் இடத்தை தட்டிச் செல்ல
ஒரு கூட்டமே காத்திருக்கும்

இப்படி எத்தனை முறை
நாம் முயன்றாலும்
இச்சமூகம் நம்மை
முன்னேற விடுவதில்லை
படிப்பின் மதிப்பு குன்றி
பணத்தின் ஆதிக்கம்
மேலோங்கியது
இது போன்ற நிகழ்வுகள்
ஆறாவடுவாய்
இதயத்தை வாட்டுகின்றன
எப்போது இந்த நிலை
மாறும் என்று ஏக்கத்துடன்
உங்கள் நான்!!

- மினு.வி

கானல் காதலில் கரையாத காமம்

கல்லூரி பயணம் கல்வி மட்டுமின்றி
காதலையும் விதைத்தது !
துளிர்விடும் முன்னே கிள்ளியெரிய
நினைத்தும் வேர் விட்டது !
வேரூன்றிய காதலோ அவனின்றி
அவனி இல்லையென துடித்தது !
ஒருஅழைப்பு, ஒரு குறுஞ்செய்தக்காக
நித்தம் மனம் ஏங்கி தவித்தது !
சந்திக்கும் சில நிமிடங்களும்
தித்திக்கும் நினைவுகளாய் நிறைந்தது !
அவன் தேவையோ காதல் இல்லை காமம் மட்டுமே,
விலகினேன் மனம் வெறுத்து !
மங்கை இவளை மலரென கசக்கிடயியலாது
எனும் குரோதத்தில் விலைமாதென
விமர்சிக்கவும் தயங்கிடாதவன் !
மனமோ ஆயிரம் கத்திகளால் வதைபட்டு
குருதி அருவியாக, கண்ணீர் ஆழியாக !
காமமெனும் காட்டுத்தீ மோகத்தில்
காதல் கொள்ளும் மலர்கள் கருகி தான் போகிறது !
தீரா வலியிலும் மாறா புன்னகை உதிக்கும் கன்னி இவள்
உள்ளமும் குமுறிக்கொண்டே இருக்கிறது !
காதல் கனவுகளால் கீறல் விழுந்த இவள்
இதயத்தின் வலி என்று தணியுமென....!

- யாதுமானவள்.

என் அன்பிற்க்கினியவளே!

அலை அலையாய் பொங்கியெழும்
என் அஞ்சும் நெஞ்சின் அன்பிற்க்கினியவளே!
அகன்ற மார்போடு ஆண்மையென
ஆவணச் செருக்கோடு, யான் சென்ற நாட்கலெல்லாம்
நகைக்குதடி உன் பெண்மையில்!
மௌனமே மொழியென எந்தன் விழியோடு
நீயும் இங்கு சிலையென நின்றதென்ன பெண்ணே!
சிலையென நின்ற உன்னை தீண்ட அஞ்சியே
என் கரங்கள் பின் வாங்கியதேனோ!
வேனிற் காலத்திற்கு வாடை காற்றடி
உன் மூச்சுக்காற்று படும் இடமெல்லாம்
என் அன்பிற்க்கினியவளே!
உன் கால் மிதிபடும் இடமென்றால் சருகுகளாயும்
மாறுவேன் என் அன்பிற்க்கினியவளே!
காலங்கள் மூன்றடி மூன்றும் மூழ்குதடி
நித்தம் நினைவிலே நெஞ்சின் அகத்திலே
என் அன்பிற்க்கினியவளே!
உன் மூச்சுக் காற்று படாத என் மேனி
வண்ணங்கள் தீட்டப்படாத வெற்றோவியமடி
என் அன்பிற்க்கினியவளே!
இவையனைத்தும் என் நெஞ்சகத்தின்
நீங்கா நினைவுக் கீறல்களடி
என் அன்பிற்க்கினியவளே!

- மு. மீனாட்சி

இருந்தும் இல்லாமலும்

கணவன் இருந்தும் கைம்பெண்ணாய்
என் கருமம் உனது பணிப் பெண்ணாய்
காலம் கடத்தி வருகின்றேன்,
என் கவலை மறந்து சிரிக்கின்றேன்;
பணத்தை தேடும் பைத்தியமே
நான் பருவப்பெண் தான் அறிவாயோ?
குணத்தைத்தேடி அலைகின்றேன் எனை
குளிர்ச்சி காண செய்வாயோ?
மலடி என்றார் பல காலம்
ஒரு மருந்து கண்டாய் சில காலம்
மகத்துவங்கள் தன்னாலே
மகப்பேறு கண்டேன் பின்னாலே
வாலிபரின் கண்ணோட்டம்
என் பின்னால் வருது வண்டாட்டம்
வயிற்று பசிக்கு வகை செய்வேன்
என் வயது பசிக்கு என் செய்வேன்
களவு பூண்ட காலங்கள் என் கனவில் வருதே சண்டாளா
அளவு மீறும் ஆசைகளை
நான் பிளவு செய்வது முறையாமோ
காலம் கடக்குது என் பருவம்
தினம் கலைந்து போகுது என் உருவம்
போதும் காசுகள் வந்துவிடு
என்போதை தன்னை வென்று விடு
வீதியெங்கும் விலைபோவேன் நீ நீதி பேசி என்னாகும்
சாதி சமயம் பார்த்தல்லவா
நான் பாதி பருவம் கடந்துவிட்டேன்

ஒவ்வொரு இரவும் யுகமாக
என் ஒவ்வொரு பகலும் தவமாக
காத்து வந்தேன் உனக்காக
இனி கூத்து செய்ய வா எனக்காக
உன்னை நம்பி பயனில்லை
உன் வயதை நம்பி பயனில்லை
பருவ தாகம் தீர்த்திடவே
நான் உருவம் மாற வேண்டுமடா
போதை பழக்கம் உனதானால்
நற்பாதை யாவும் பாழாகும்
பேதையர் எல்லாம் அஞ்சிடுவர்
உனை பழிகள் கூறிக் கொன்றிடுவர்
மழலைக் கூட மதிக்காது
உன் மகத்துவம் யார்க்கும் புரியாது
விடலைகள் எல்லாம் விரைந்தோடும்
உன் உருவம் கண்டு பயந்தோடும்.

- மு.புருசோத்தமன்

சமுதாயம் சமைத்த வ(ழி)லி

நதியில் பூக்களைத் தூவி அர்ச்சனை செய்வோம்
பிணங்களை வீசி நதிக்கு அஞ்சலி செய்வோம்!
மாட்டை மதிப்போம் மனிதம் மிதிப்போம்
உண்மை என்னவெனக் கேட்டால்
மாயக் கதை பலவும் சொல்வோம்!
கந்தலும் போய்க் கோவனமே மிஞ்சினாலும்,
உன்னதத் தேசமென்று மார்தட்டிச் சொல்வோம்!
வீதிக்கொரு நீதி ஆளுக்கொரு சட்டம்
வலியனிடம் மரியாதையை அடகுவைப்போம்,
அமைதியை காக்க அணுகுண்டுகளை விதைப்போம்!
கோடிகளில் ஒற்றுமைக்குச் சிலை வைப்போம்
வேற்றுமையின்றி வறுமையைப் பங்குவைப்போம்!
ஒன்றாய் உழைத்து முதலாளிகளை வளர்ப்போம்
கூட்டங்கள் கூட்டி உரிமைக்குக் குரல் கொடுப்போம்!
வானுயறக் கட்டிடங்கள் எழுப்பி – விண்ணில் மேடை
சமைத்து எம் ஆழி சூழ் உலகின் நிர்வாணம் மறைப்போம்!

- மோகன் ராஜ்

வலிக்கும் இதயம்

பள்ளிக்கூட வகுப்பறையில்,
சில முந்திகளின் கை நிறைய புத்தகங்கள்;
எனது கையோ வெறுங்கை.,
கால் சட்டை வாங்க காசுகளின்றி – பழயதை
வாங்கியுடுத்தும் பரதேசியாய் நான்.!
வித விதமான உணவுகளின் வாசத்திற்கு மத்தியில்
வற்றிய வயிற்றுடன் முற்றிய கூழின் முழுங்கல்கள்;
அரசு உதவிகளால் ஆறுதலடைந்த இதயத்தோடு
அயர்ந்து கற்றது அறிவு;
சுழன்று விளையாடும் கல்லூரி வயதில்
சுருண்டு கிடந்தன எனது வறண்ட ஆசைகள்;
கண்பார்க்கும் இடமெல்லாம் காதல்

கைப்போகும் இடமெல்லாம் கிறுக்கள்,
அனுபவங்களின் அறுவை சிகிச்சை பிரசவமாய்
கவிதைகள் - கண்ணில் பட்டவள் ஒருத்தி
கையில் பட்டவள் ஒருத்தியென
விரக்தியின் விளிம்பில் என் காதலும் கலியாணமும்;
''வருடமெல்லாம் வசந்தம்'' திரைப்படம் சொன்னது,
''வாழ்வெல்லாம் வேதனை''' என் நிஜப்படம் சொல்கிறது.,
சென்றதெல்லாம் முறிவு வந்ததெல்லாம் உறவு – என்று
சுழலும் உலகில் உழலும் என் வாழ்வு வேதனைக்குரியது
அற்பசொற்ப ஆசைகளின் அடிமைகளுக்கு மத்தியில்,
மட்கி வாழும் என் மனதின் ஆசைகள்
கானல் நீரின் ஓசைகளாகவே கடந்து விடுகின்றன!

- மு.புருசோத்தமன்

உடைபட்ட அணையின் கடைசி துளி!

வாசமில்லா பூக்களுக்கெல்லாம் வண்ணங்கள்
இருப்பதில்லையா
வஞ்சிக்கொடி இவள் உள்ளந்தனில் வர்ணனைகள்
தான் இருப்பதில்லையா
உடைந்த மெய்களெல்லாம் பொய்யென சிதறிப்போனதோ
இங்கே கலந்த கார் முகிலெல்லாம் கண்ணீரோடு
திரும்பி போனதோ?

காணாத நொடிகள் பிறப்பெடுத்த கவிகள்
கண்டுகொண்ட நொடியில் இறப்பெடுத்தது - தன்னைத்
தானே
எரியூட்டி உன் மார்பில் திருநீராய் உருவெடுத்தது!
நிரந்தரமில்லா வாழ்க்கையில் நிரந்தரமானது
மனதுக்குள் கணக்கும் காயங்கள் தான்;
இவற்றை வெறும் சொற்களால் சொல்லி
முடித்திட துடிக்கிறது ம்னம்!

இதயத்தின் வழியாய் உனை காண்பதனாலோ என்னவோ,
வெறும் சொற்கள் என்று நினைத்தவை கூட
மனதில் பதியாத மனப்பாடமாகி வார்த்தைகள்
குளறுபடியாகி
தன்னை மறந்து என்னை மாற்றி கண்ணீரை பரிசளிக்கிறது!

தீராத தேடலில் அலைபாயும் விழிகள் அறியும் உண்மையை
ஏனோ காத்திருக்கும் இதயம் ஏற்க மறுக்கிறது!
கள்வனே, எனக்கான உன்னுடைய அன்பு இத்தனை
பலவீணமானதென்று நான் கனவிலும் எண்ணவில்லை!

என்றும் கவிதைகளின் துணையுடன்,
மோ.திவ்யாராஜ்குமார் (கவிதைபிரியை)

கல்லறையில் இடம் கேட்கும் காதலன்..

உன்னை கவியாய் வடிக்க முடிந்த என்னால் உன்
கண்ணீரை துடைக்க முடியவில்லை.
மூச்சுக்காற்றாய் உந்தன் நினைவு நித்தம் என்னுள் வந்து
செல்கிறது.
முதல் பக்கத்தில் புன்னகையால் எழுதியவள்,
ஏனோ கடைசி பக்கத்தை மட்டும் கண்ணீராளல்
நிரப்பிவிட்டாள்
பெண்களும் புத்தகமும் ஒன்றுதான் இரண்டும் எளிதில்
புரிவதில்லை
அவள் மனதில் தோன்றிய காதல் இன்று மண்ணோடு
போகிறது
என் உள்ளத்தில் தோன்றிய காதல் இன்று உணர்வற்று
போகிறது
உன்னை நினைத்து தோன்றிய காதல் இன்று
நினைவு அற்று போகிறது
என் உயிராய் தோன்றிய காதல் இன்று உயிரற்று போகிறது.
என்றும் நீங்காத நினைவாய் உந்தன் நினைவுகள்
ஆழ் கடலின் ஆழம் கண்ட என்னால் அவள் ஆழ்மனதின்
ஆழம் காண முடியவில்லை.
எங்கள் இருமனங்களும் இணைந்து அவள் திருமணத்திற்கு
சம்மதம் சொல்லாமல்
அவள் பெற்றோரின் இரு மனதிற்காக
அவள் திருமணத்திற்கு ஒரு மனதாக சென்றுவிட்டாள்
அவள் சென்ற மறுகணமே மரணித்து விட்டேன் என் ஒரு
மனதோடு
இதயத்தில் இடம் கேட்டு அலைந்த என்னை கல்லறைக்கு
இடம் கேட்டு அலையவிட்டாள்!

- அசோக் குமார்

தஞ்சம் இல்லா இதயம்

தொலைந்த எந்தன்முகவரியானது
உந்தன் காதலே முகவரியாய்!

அயறாத அன்பைப் பொழிந்து
அழியாப்பந்தமாய் !

ஏனோ, காலத்தின் ஆட்டம்
பிரிவின் தொடக்கம்!

அந்தம் அடைந்த சிரிப்பு
தஞ்சமின்றிதவிக்கும் இருதயம்!

நினைவின்மொழிகள் யாவும்
நிறைபடாகவிகளாய்!

தவிப்பின் தொடக்க ஆட்டம்
கண்ணீர்த் துளிகளின் நீரோட்டம்
பிரிவினால் நாழிகையின் ஊசலாட்டம்!
நையாண்டியர்களின் பகட்டானப் பேச்சுகள்
தனிமையின் இராம இராஜியம் !
தொலைந்த என் காதல் நாட்காட்டின் தாள்கள் போல்
காலங்கள் யாவும் கரைந்தோடுகிறது!

- ப.ஹரிணி(கவியின் காதலி)

www.ingramcontent.com/pod-product-compliance
Lightning Source LLC
LaVergne TN
LVHW060419051026
849518LV00007B/2613
* 9 7 8 9 3 5 5 3 3 2 2 9 5 *